வாழ்க்கை காட்டிய வரிகள்

ராமானுஜம் ராகவன்

நியூ செஞ்சுரி புக் ஹவுஸ் (பி) லிட்.,
41- பி, சிட்கோ இண்டஸ்டிரியல் எஸ்டேட்,
அம்பத்தூர், சென்னை- 600 050.
☎ : 044 - 26251968, 26258410, 48601884

Language: Tamil

Vazhkkai Kattiya Varigal

Author: **Ramanujam Ragavan**

First Edition: December, 2023

Copyright: Publisher

No. of pages: 100

Publisher:

New Century Book House Pvt. Ltd.,

41-B, SIDCO Industrial Estate,

Ambattur, Chennai - 600 050.

Tamilnadu State, India.

Email : info@ncbh.in

Online : www.ncbhpublisher.in

ISBN: 978 - 81 - 2344 - 563 - 2

Code No. A 4939

₹ 130/-

Branches

Ambattur (H.O.) 044 - 26359906 **Spenzer Plaza (Chennai)** 044-28490027 **Trichy** 0431-2700885 **Pudukkottai** 04322- 227773 **Thanjavur** 04362-231371 **Tirunelveli** 0462-4210990, 2323990 **Madurai** 0452 2344106, 4374106 **Dindigul** 0451-2432172 **Coimbatore** 0422-2380554 **Erode** 0424-2256667 **Salem** 0427-2450817 **Hosur** 04344-245726 **Krishnagiri** 04343-234387 **Ooty** 0423 2441743 **Vellore** 0416-2234495 **Villupuram** 04146-227800 **Pondicherry** 0413-2280101 **Nagercoil** 04652-234990

வாழ்க்கை காட்டிய வரிகள்

ஆசிரியர்: **ராமானுஜம் ராகவன்**

முதல் பதிப்பு: டிசம்பர், 2023

அச்சிட்டோர்: **பாவை பிரிண்டர்ஸ் (பி) லிட்.,**

16 (142), ஜானி ஜான் கான் சாலை, இராயப்பேட்டை, சென்னை - 14

☎: 044-28482441

All rights reserved. No part of this book may be reprinted or reproduced or utilised in any form or by any electronic, mechanical, or other means, now known or hereafter invented, including photocopying and recording, or in any information storage or retrieval system, without permission in writing from the publishers.

வாழ்த்துரை

தோழர்.இராமானுஜம் தொலைபேசி இலாகாவில் எழுத்தராகப் பணியாற்றி தலைமைக் கணக்கு அதிகாரி வரை பதவி உயர்வு பெற்றவர். பணியில் சேர்ந்த நாள் முதல் பணி ஓய்வு பெற்ற நாள் வரை இடையறாது செயல்பட்ட தொழிற்சங்கப் (NFPTE, NFTE) போராளி. தோழர்கள் குப்தா, ஜெகன், டி.ஞானையா இவர்களால் கருத்தாக்கம் பெற்றவர். மார்க்சியச் சிந்தனையும் பல்வகை நூல்கள் வாசிப்பும், பகிர்தலும் இவர் ஆளுமையின் அடித்தளம்.

மொழிபெயர்ப்பாளர், ஆய்வாளர், திரைப்பட விமர்சகர், கவிஞர் என்ற பன்மை ஆற்றல் கொண்டவர். கொரோனா காலத்தில் தமிழ்நாடு கலை இலக்கியப் பெருமன்ற அமைப்பின் மெய்நிகர் சந்திப்பில் அறிமுகமான தோழர்.தொடர்ச்சியான தொலைபேசி உரையாடல்கள் வழியாக தோழமையைப் பேணுபவர். அவரின் ஆய்வுக் கட்டுரைகள், மொழிபெயர்ப்புக் கட்டுரைகள், திரைப்பட விமர்சனக் குறிப்புகள், கவிதைகள் எனப் பல எழுத்துகள் தொடர்ந்து திணை கலை இலக்கியக் காலாண்டிதழிலும் ஜனசக்தி வார இதழிலும் பிரசுரமாகிக் கொண்டிருக் கின்றன. இந்துத்துவ அரசியல் விமர்சனம் என்பது அவரின் எல்லா எழுத்துகளின் அடிப்படையாகச் செயல்படுவதை நம்மால் உணர முடியும். அதுபோல விரிந்த மானுட நேயமும் ஜனநாயக அறப்பண்பும் அவரின் எழுத்துகளின் இன்னொரு பண்பு.

அவரின் கவிதைகள் தொகுக்கப்பட்டு நியூ செஞ்சுரி புத்தக நிறுவன வெளியீடாக வருவது மகிழ்ச்சியை மனநிறைவைத் தருவது. மனம் நிறைந்த வாழ்த்துகள் தோழர்.

நிறைந்த அன்புடன்
சி.சொக்கலிங்கம்
த.க.இ.பெ
குமரி மாவட்டம்

வாழ்த்துரை

எங்கள் நட்புக்கு 40 வயதுக்கு மேல் ஆகிறது. இடைப்பட்ட பல ஆண்டுகளில் இருவரும் வேறு வேறு பாதைகளில், பணிகளில் பயணித்திருந்தோம்.

என்ற போதும் ஒரே "நேர்கோட்டில்" இருவரும் பயணித்ததால் மீண்டும் சந்திக்கும் நல்வாய்ப்பை காலமும் நாங்கள் கற்றுக் கொண்ட தத்துவமும் எங்களுக்குத் தந்தது.

இளம் வயதில் நிகழ்ந்த எங்கள் சந்திப்புகள் எப்போதும் சமூகம் சார்ந்த சிந்தனைகளின் பொருட்டாகவே நிகழ்ந்தன.

சில கருத்து வேறுபாடுகள் எங்களுக்குள் இருந்த போதிலும், எங்களுக்கிடையே கருத்து ஒற்றுமைக்கான களம் மிகப் பெரியதாக விரிந்து பரந்திருந்தது. அசலான இடதுசாரி ஒற்றுமையின் அடையாளமாகவே எங்கள் நட்பும் தோழமையும் பண்பும் அமைந்திருந்தது.

இந்தியாவில் நிலவி வந்த சமூக அரசியல் அமைப்பு குறித்தும், அடுக்குகள் குறித்தும் எங்களுக்குள் உடன்பட இயலாத கருத்தியல் சார்ந்த தீர்மானங்களும் கணிப்புகளும் இருந்தன. ஆனால் அவை ஒரு போதும் பகைமையாக உருக் கொண்டதே இல்லை. பொது இலக்கு என்பதாக ஒன்றை மனப்பூர்வமாக கற்பித்து உணர்ந்து கொண்டு அதை நோக்கி இணைந்து பயணிக்கும் நட்புறவு எங்களுக்குள் இருந்தது.

அநீதிகளுக்கு எதிரான அறச்சீற்றமும் நீதியின் பக்கம் நிலைத்து நிற்கும் போர்க்குணமும் அந்த இளம் பருவத்திலேயே எங்களுக்குள் அரும்பி மலரத் தொடங்கி இருந்தது.

அது எங்கள் நட்பிற்கான ஆதாரமாகவும் அடிப்படையாகவும் அமைந்திருந்தது.

எங்களுக்கிடையேயான உரையாடல்கள் எப்போதும் தத்துவங்கள் குறித்தும் இலக்கியங்கள் குறித்தும் நிகழ்ந்து கொண்டே இருந்தன.

எங்களுக்குள் நீடித்த உரையாடல்கள் மிகச்சிறந்த சிந்தனைப் பரிமாற்றங்களுக்குப் பாதை அமைத்துக் கொடுத்துக் கொண்டே இருந்தது.

உயிர்த் துடிப்புள்ள நகைச்சுவை உணர்வும், குறும்பும் எங்கள் உரையாடலுக்கு எப்போதும் அழகு சேர்த்துக்கொண்டே இருந்தது.

வெடித்துச் சிரித்துப் பேசி மகிழும் எங்களை வினோதமாகவும் வேடிக்கையாகவும் பார்த்தவர்கள் உண்டு.

எங்கள் மகிழ்ச்சி கண்டு மகிழ்ந்தவர்களையும் நாங்கள் கண்டிருக் கிறோம்.

புகழ்பெற்ற சோவியத் இலக்கியங்கள் குறித்தும் நவீனத் தமிழ் இலக்கியங்கள் குறித்தும் எங்களுக்குள் நிகழ்ந்த கலந்துரையாடல்கள் வாசிப்பின் கதவுகளை மென்மேலும் திறந்து வைத்தது. அது நாங்கள் வாழ்ந்த காலத்தின் நிகழ்காலம் குறித்த, சமூக நிகழ்வுகள் குறித்த விழிப்புணர்வையும் எங்களுக்கு ஒருசேரத் தந்தது.

நல்வாய்ப்பாக மதுரையில் எங்கேனும் நடந்து கொண்டே இருக்கும் இலக்கிய விழாக்களுக்கு இணைந்து சென்று இரவெல்லாம் நின்று தமிழ் கேட்கும் இளமையும் எங்களுக்கு வாய்த்தது.

இத்தனை ஆண்டுகளுக்குப் பிறகு அந்தத் தொடர்ச்சியும் கண்ணியும் அறுபடாமல், அதே சமூக அக்கறை உள்ள சிந்தனைகளோடு மீண்டும் சந்தித்தபோது, எங்கள் நட்பு குறித்து எங்களுக்குப் பெருமிதமும் மகிழ்ச்சியும் கூடிப் பெருகி இருந்தது.

அந்தப் பெருமிதத்தின் அடையாளங்களில் ஒன்றே இந்தப் புத்தகமும் அதற்கான எனது வாழ்த்துரையும். இது ஒருவிதத்தில், இந்தச் சமூகத்தின் முன்பு சமூகத்தோடு நாங்கள் தொடர்ந்து உரையாடும் ஒரு செயலன்றி வேறில்லை.

இந்தக் கவிதை நூலில் எழுதப்பட்ட படைப்புகள் அனைத்தும் ஆகச் சிறந்த நுட்பமான அழகியல் கவிதைகளே என்று நான் வகைமைப் படுத்த மாட்டேன்.

ஆனால், அவை கவித்துவமான அறச் சீற்றத்தின் வெளிப்பாடுகள் என்று பெருமிதத்துடன் வழிமொழிகிறேன்.

இந்தக் கவிதை நூலில் தன் பிள்ளைகளைக் காப்பாற்ற பூ விற்கும் ஒரு விதவைப் பெண்ணை பற்றிய கவிதைக்குப் 'பூவின் புனிதம்' என்று தலைப்பிட்டு இருக்கிறார்.

தான் எப்போதும் சூடிக் கொள்ள இயலாத ஒன்றை பிறர் சூடத் தருவதாலேயே அது புனிதம் பெற்ற பூவாகிறது என்பது கருணையை புலப்படுத்தும் செயல் அல்ல; மாறாக பன்னெடுங்காலமாக மனித மனத்தின் ஓரத்தில் சேர்ந்து கிடக்கும் ஓர் எதிர்மறை உணர்வைத் துடைக்கும் சமூகப் பணி.

எந்தச் சமூகம் அவள் பூக்களை அணிவதைத் தடுக்கிறதோ மறுக்கிறதோ, அதே சமூகத்தின் பெண்களுக்கு அவள் சூடுவதற்குப் பூக்களைத் தருகிறாள் என்பது அவளது வாழ்வாதாரம் மட்டுமல்ல. அவளது வாழ்வின் மேன்மையும் ஆகிறது.

தங்கள் துன்பங்களைக் கண்ணீரைக் கையறு நிலையுடன் புலப்படுத்தி, நீதி வேண்டுவோரையே குற்றவாளிகள் என்று தீர்க்கும் சமூக அநீதியை எதிர்த்துப் பேசுகிறது "அமைதிப் பூங்கா நாட்டில் அழுகின்றவர் குற்றவாளிகள்" என்னும் தலைப்பிடப்பட்ட கவிதை.

அல்லற்பட்டு ஆற்றாது அழுத கண்ணீரைத் துடைக்க வேண்டிய கைகள், அவைகளை ஓசை இன்றி துடைத்து எறிவதை 'நீ' கவிதை உணர்த்துகிறது.

நலிந்தவரின் துன்புற்றோரின் அழுகுரலை எவரும் கேட்க இயலாது அடியாழத்திற்குள் புதைத்து விட்டு, அதன் பிறகு உண்டாகும் அமைதியைத்தான் அதிகாரம் விரும்புகிறது.

இந்த உலகத்தில் பயங்கரவாதமே இருக்கலாகாது; ஆயுதங்கள் அற்ற ஒரு அமைதி சமூகம் உருவாக வேண்டும் என்று வல்லரசுகள் பேசுவதன் பொருள் இந்த மொத்த உலகமும் முற்றிலும் ஆயுதங்களற்ற அமைதிப் பூங்காவாக மாற வேண்டும் என்பது அல்ல.

மாறாகத் தங்களைத் தவிர வேறு எவரிடமும் ஆயுதங்களே இல்லாத உலகமே, அவர்களுக்கு அமைதியான உலகம். அசலான அமைதியைத் தருவதல்ல அவர்களது நோக்கம். அழுகுரல்களையும் எதிர்ப்புக் குரல்களையும் "அமைதிப்படுத்துவதே" அவர்களது நோக்கமும் நடைமுறைத் திட்டமும் ஆகும். எல்லோரும் எளிதில் உணர்ந்து கொள்ள இயலாத இந்த எளிய உண்மையை மிகமிக எளிய வார்த்தைகளில் இந்தக் கவிதை நமக்கு உணர்த்துகிறது.

அநீதிகளுக்கு எதிராகப் பொதுச் சமூகத்திற்கு விழிப்புணர்வு ஊட்டுவதே அநீதிகளுக்கு எதிரான போரில் முதல் நடவடிக்கை.

அதனை இந்தக் கவிதை நிறைவேற்றுகிறது.

"உண்மையும் பொய்யும்" என்கிற கவிதை வரிகள் பொய்யின் புயல் வேகப் பயணத்தையும் உண்மை தள்ளாடித் தள்ளாடி ஊர்ந்து செல்வதையும் பேசுகிறது. அதிலும் உண்மை காலொடிந்த ஒரு வயதான ஆமையின் மீது பயணிக்கிறது என்கிறார் ராமானுஜம்.

முன்பு குழந்தைப் பருவத்தில் படித்த முயலும் ஆமையும் என்கிற கதையில் இறுதியில் ஆமையே வெல்லும் என்ற நீதிதான் என் நினைவுக்கு வந்தது.

ஆம்.

உண்மையே இறுதியில் வெல்லும் என்பது நமது கதைகளும் நம்பிக்கைகளும் ஆக மட்டுமல்லாது நமது நீதியாகவும் வரலாறாகவும் உருப்பெற வேண்டும்.

ஆனால் தோற்ற மயக்கங்களால் இவ்வுலகை ஆள முயலும் கருத்தியல் திருடர்கள் பொய்யையே உண்மை போல் அழகுபடுத்தி விடுகிறார்கள்.

அதை விரைந்து செல்லும் வாகனங்களில் ஏற்றி விசையுடன் எல்லா திசைகளுக்கும் அனுப்பிக்கொண்டே இருக்கிறார்கள்.

"கள் உட்கார்ந்த இடத்திலேயே விற்றுப் போவதும் மோரைத் தெருத் தெருவாக அலைந்து விற்பதும் தானே நம் காலத்தின் நவீன மயமான போக்கு."

எத்தனை பொய்களை எவர் எத்தனை விசையுடன் விற்றாலும் என்றேனும் ஒரு நாள் "உண்மையே வெல்லும்" என்பது நமது விஞ்ஞானம் நமக்குக் கற்றுத் தந்த பாடம்.

ஆனால் அது எப்போது நிகழும்? என்பதுதான் நமது இன்றைய கேள்வியாக இருக்கிறது.

இந்தக் கேள்விக்கான விடையும் நம்மிடமே இருப்பதால்தான் நாம் இத்தகைய படைப்புகளை எழுதுகிறோம். சமூகத்திற்குத் தருகிறோம். இப்புத்தகம் என்றேனும் ஒரு நாள் வெல்லப் போகும் உண்மையின் வெற்றிக்கான சிறு விதைகளில் ஒன்றாகவே கருதத் தக்கது. கருதப்பட வேண்டும்.

2004 ஆம் ஆண்டு கும்பகோணத்தில் நடைபெற்ற பள்ளி தீ விபத்து பற்றி ஒரு கவிதை கண்ணீருடன் கொதித்துப் பேசுகிறது.

அந்தப் பள்ளிக்கூடத்தில் பரவியது காட்டுத்தீ அன்று; அது காட்டுமிராண்டித்தனமான தீ என்ற ஒற்றை வரியே எல்லாவற்றையும் உணர்த்தி விடுகிறது.

இத்தகையதான கவிதைகளும் நினைவுகளும் எழுதப்பட்டுக் கொண்டே இருக்க வேண்டும்.

ஏனெனில் அவை நடந்து முடிந்த நிகழ்வுகள் மட்டுமல்ல. இனி மேலும் நடக்கக் கூடாத நிகழ்வுகள்.

வணிகமயமாகிவிட்ட கல்வி 94 ஏழைக் குழந்தைகளின் உயிரைத் தீயில் எடுத்தெறிந்து ஏலம் இட்ட நாள் அது.

குற்றங்களைத் தடுக்க வேண்டிய அரசும் துறைகளும், குற்றங்கள் நிகழ்வதற்கான பாதைகளை அமைத்துத் தந்த குற்றவாளிகள்.

இந்தக் கவிதை ஒரு நினைவூட்டல் அன்று. என்றும் நினைவில் நிறுத்த வேண்டியது என்று சுட்டிக் காட்டுகிறது.

"தொடரும் இடைவெளி" எனும் கவிதை இந்தியச் சமூகத்தைப் பல நூற்றாண்டுகளாகப் பிடித்துப் பிணைத்து இருக்கும் பெரும் தொற்று நோயைப் பற்றிப் பேசுகிறது.

தொற்று நோய் ஒன்று உலகம் எங்கும் பரவிய போது மனிதர்கள் தங்களுக்கு இடையில் இடைவெளியைக் கடைப்பிடித்ததை நாம் அறிவோம். அது மருத்துவ உலகம் காட்டிய வழிகாட்டுதல்.

முகக் கவசமும், மூன்றடி இடைவெளியும் உலகெங்கும் எல்லோருக்கும் பரிந்துரைக்கப்பட்ட வழிமுறைகள்.

ஆனால் எந்தத் தொற்று நோயும் இல்லாமல், சாதி என்னும் தொழு நோயால் பீடிக்கப்பட்ட இந்தியச் சமூகம் கடைப்பிடிக்கும் தீண்டாமையின் இடைவெளியை, அதன் வேர்களை வீழ்த்த முயல்கிறது இந்தக் கவிதை.

சாதியத் திமிர் கடைப்பிடிக்கும் இந்த இடைவெளி அநாகரிகத்தின் உச்சம். தீண்டாமையின் வேர்கள் இங்கு கருப்பையில் இருந்து கருவறை வரை நீண்டு இருப்பதை நாம் அறிவோம். அதன் விஷ வேர்களை, ஆணிவேர், பக்கவேர், சல்லி வேர் என்று அதன் அனைத்து ஆதாரங் களையும் வேரோடும் வேரடி மண்ணோடும் பிடுங்கி எறியும் பெரும் கடமை நமக்கு இருக்கிறது.

அதற்கான முதற்பணி அதன் கீழான உருவாக்கப்பட்ட "புனிதத்தை" க் கட்டுடைப்பதும் கேள்விக்கு உள்ளாக்குவதும் விசாரணைக் கூண்டில் ஏற்றுவதும் பிறகு வீழ்த்துவதுமாகும்.

அத் திருப்பணியை இக்கவிதை உரத்துப் பேசுகிறது.

"மழையினைப் பழிக்காதீர்" என்கிற கவிதை இன்றைய நாளின் மிகுதியான மழைப் பொழிவை எனக்கு நினைவூட்டுகிறது.

எத்தனை மிகுதியாக மழை பொழிந்தாலும் மழையைப் பழிக்கும் மமதை மனிதனுக்கு வரவே கூடாது.

மழையின் தங்குமிடங்களை, தாங்கல்களை, அதன் ஓடு பாதைகளை, இருப்பிடங்களை ஆக்கிரமித்து மறித்துவிட்ட மனிதனுக்கு மழையைப் பழிக்கும் உரிமை ஒருபோதும் இல்லை.

"தீங்கின்றி நாடெல்லாம் திங்கள் மும்மாரி பெய்ய வேண்டுமெனக்" கோதை நாச்சியார் வரம் கேட்டது நமக்கு மறந்து போனது.

இயற்கையை மனிதர்கள் வரைமுறை இன்றி பேராசை கொண்டு சூறையாடினார்கள்.

அது தனக்கென உருவாக்கி வைத்திருந்த பருவ கால அட்டவணையைப் பாழ்படுத்தினார்கள். காடுகளை அழித்தார்கள். குளங்களைத் தூர் வாராது கல்லறை மேடு ஆக்கினார்கள். நதிகளிலோ மண் திருடி அவைகளைப் புதைகுழிகள் ஆக்கினார்கள்.

இயற்கையின் தொடர்ச்சியை அதன் கண்ணீரை மனிதன் தன் பேராசைக் கரங்களால் அறுத்து எறிந்தான். இப்போது இயற்கை மனிதனை எடுத்து எறிந்து விளையாடுகிறது.

யாரோடு மல்லுக்கு நிற்க வேண்டும் என்கிற மதி நுட்பம் மனிதனுக்கு இல்லாமல் போனது துரதிர்ஷ்டவசமானது.

இத்தனை நூற்றாண்டு காலக் கல்வியும் கண்டுபிடிப்புகளும் கருவிகளும் உருவாக்கி வைத்துக் கொண்டிருந்த மனிதனுக்கு அதை எங்கே எப்படிப் பிரயோகிக்க வேண்டும் என்று தெரியாமல் போனது.

மனிதன் தெரிந்தே குற்றமிழைத்தான்.

தெரிந்தே இழைக்கப்படும் குற்றங்களுக்குத் தெளிவான தண்டனைகள் உண்டு.

"அரசன் அன்று கொல்வான் தெய்வம் நின்று கொல்லும்" என்று நமது முன்னோர்கள் சொன்னது அறத்தின் மீதான அச்சத்திலும் அக்கறையிலும் தான்.

ஆனால் "இயற்கை சுற்றிச் சுழன்று கொல்லும்" என்று மனிதனுக்குப் புத்தி புகட்டும் இந்தக் கவிதை சுற்றுச்சூழல் குறித்த விழிப்புணர்வையும் நம்மோடு பேசுகிறது.

இவ்வாறாக வாழ்வின் அனைத்துத் தளங்கள் குறித்தும் தனது வினைகளையும், எதிர்வினைகளையும் தயக்கமின்றி பதிவு செய்திருக்கிறார் ராமானுஜம் ராகவன்.

அவரது பதிவுகளை ஆவணப்படுத்துகிறது இந்தப் புத்தகம்.

இயக்கம் கேட்கும் இயங்கியல் வாழ்க்கையை இந்தப் புத்தகம் தனதாக்கிக் கொண்டிருக்கிறது.

இலக்கியம் கேட்கும் இன்னும் கூடுதலான அழகியலை இனிவரும் படைப்புகளில் ராமானுஜம் ராகவன் தனதாக்கிக் கொள்ள வேண்டும்.

உண்மைகளை உரக்கப் பேசும் இந்தப் புத்தகம் புகைப்படங்களையும் அதற்குத் துணை ஆதாரமாகக் கொண்டிருப்பது இந்தப் புத்தகத்திற்கு மேலும் அழகு சேர்க்கிறது.

ஓவியங்களும் புகைப்படங்களும் இணைந்து தான் ஒரு புத்தகம் உருவாக வேண்டும் என்பது எப்போதும் எனது விருப்பமாக இருக்கிறது.

இந்தப் புத்தகம் எனது அந்த விருப்பத்தை நிறைவேற்றியிருக்கிறது. ஏனெனில், புகைப்படங்கள் வாசகனுக்குக் காட்சி வடிவிலும் கருத்துக் களைச் சொல்லிக் கொண்டே இருக்கும் என்பதால் அவைகளை நான் எப்போதும் வரவேற்பது உண்டு.

இத்தனை ஆண்டுகளுக்குப் பிறகு ஒரு தகுதியான, தரமான புகைப்படங்களுடன் கூடிய ஒரு புத்தகத்தைத் தந்து, அதற்கு வாழ்த்துரையும் வழங்கச் சொன்ன என் நண்பனுக்கு என் நெஞ்சம் நிறைந்த நல்வாழ்த்துக்கள்.

நண்பனே!

தொடர்ந்து எழுது!

உனக்காக எழுது!

நமக்காக எழுது!

நாம் வாழும் சமூகத்திற்காக எழுது! நல்வாழ்த்துகள்.

என்றும் மாறாத அன்புடன்,
பாரதி கிருஷ்ணகுமார்.
கோயம்புத்தூர்
05, நவம்பர், 2023
காலை 08.20 மணி

அரசியல் கவிதைகளின் அணிவகுப்பு

ஈராயிரம் ஆண்டுகள் அகவை கொண்டது தமிழ்க்கவிதை.

அச்சு எந்திரங்களின் வருகையின் விளைவாக மிகச் சமீபமாக உருவான வடிவம் உரைநடை. அதற்குமுன் அனைத்தையும் சொல்லக் கவிதையே வடிவம். அதனால்தான் 'மொழியின் மொழி கவிதை'.

தோன்றிய காலம்தொட்டே கவிதை அகம், புறம் என இரு பெரும் பிரிவாகவே இனம் காணப்பட்டது.

பாடுபொருள் சார்ந்தும் உணர்வுநிலை சார்ந்தும், இருவேறு பிரிவு களில் எழுதப்பட்டாலும், உயர்வு தாழ்வு பேதமில்லை இவற்றுக்குள்.

அப்படித்தான் மரபுக்கவிதை புதுக்கவிதை ஆகி நவீன கவிதை வரை நகர்ந்திருக்கிறது. ஆனால், இன்னமும்கூட கலைக்காகவே கலை என்று வாள் சுழற்றும் சிலர், புறத்திணை பாடுவதை வெறுப்பதை குறிப்பாக அரசியல் கவிதைகளை மறுப்பதை வேதனையோடு பார்க்க நேர்கிறது.

அழகியல் மட்டுமே கவிதை, அரசியல் அதற்குள் பேசக்கூடாது என்கிற போலி நவீனத்துவக் குரல்கள் மேலோங்கிய நமது காலத்தில், நான் மீராவின் தொடர்ச்சி என்கிற தன்னிலை விளக்கத்தோடு, தமிழியல் முழக்கத்தோடு பகடி கோலோச்சும் அரசியல் கவிதைகளோடு வந்திருக் கிறார் கவிஞர் ராமானுஜம் ராகவன், தனது 'வாழ்க்கை காட்டிய வரிகள்' நூலோடு.

சமகால அரசியலைப் பாடுகிற தெளிவும் துணிவும், அதைப் பகடி யாகச் சொல்கிற பாங்கும், எளிமையே வலிமை என்கிற உணர்வும், பாசாங்கற்ற மொழியும் அவரது சிறப்புகளாகத் தொகுப்பு முழுதும் மிளிர்கின்றன.

மரங்கள் காடுகளை மழித்து /மந்திரி ஐயா திறந்துவைத்த /எட்டு வழிச்சாலையில் /அசுர வேகத்தில் பறக்கின்றன /ஆக்ஸிஜன் சிலிண்டர்களை ஏற்றிய லாரிகள் என்கிற கவிதையில் சூழலியம் அழகாகப் பாடுபொருள் ஆகிறது. அனைத்தையும் விழுங்கும் ஆக்டோபஸ் கரங்கள் கொண்ட அதிகாரம் பூமிப்பந்தை விழுங்குவதை எழுதத்தான் வேண்டும் கவிதை. பின், எதற்கு வெட்டியாய் மௌனக்கவிதை...?

காடென்று ஒன்றிருந்தால் /அது /
மழையின் பிள்ளைதான்

என்று போகிறபோக்கில் சொல்லிவிடுகிறார். தாய்மை பொங்குகிறது வரிகளில்.

பொய்களும் வதந்திகளும் /புல்லட் ரயிலில் புறப்பட /சத்தியங்கள் தள்ளாடிப்போய் /காலொடிந்த வயதான /ஆமையின் முதுகிலேறி / அமைதியாய் நகரும் என்று காலத்தின் அவலத்தைப் பாடும்போது காலொடிந்த ஆமை என்கிற காத்திரமான படிமம் கவனிக்க வைக்கிறது.

அச்சத்தில் உறையவைக்கும் காரிருள் /அரண்டு நிற்கிறது சிறு / தீக்குச்சி முன்பு என்று நம்பிக்கை ஊட்டுகிறார்.

மாட்டுத்தோலில் செய்த பர்ஸிலிருந்து / பணம் எடுத்து பாலாபிஷேகம் /மாட்டுத்தோலிலான மத்தளத்தில் / மங்கள இசையும் கூடவே / பரந்தாமன் குளிர்ந்து போனார் என்று ராமானுஜம் எழுதுகிறார். மாட்டரசியல் செய்யும் மனுநேசர்களின் மானுடகுல விரோத அரசியலை நையாண்டி செய்கிறார்.

தற்காலிகமாக இங்கே /வேலை காலி இல்லை என்கிற /நிரந்தரப் பலகை அந்த/அலுவலக வாசலில்

என்று பகடியாகச் சொல்கிறார், நமக்குக் கண்ணீர் வருகிறது.

அப்பா/ஏரி என்றால் என்ன?

என்று கேட்கும் மகன்களின் காலம் நமது.

அதை நேற்றைய பூகோளம் இன்றைய வரலாறு என்ற செறிவான தலைப்பில் பேசுகிறது ஒரு கவிதை.

சொல்ல இன்னும் ஏராளம் உண்டு. எல்லாவற்றையும் சொல்லி விட்டால் அது அணிந்துரை அல்ல.

பகடி கோலோச்சும் இந்தச் சிறப்பான அரசியல் கவிதைகளை விலைகொடுத்து வாங்கிப் படியுங்கள்.

சிரித்துக்கொண்டே படித்துவிட்டு பாரதி சொன்னதுபோல 'ரௌத்திரம் பழகு'ங்கள்.

புதியதொரு பொன்னுலகம் விடியுமென்ற நம்பிக்கை நோக்கி நம்மையும் தன்னோடு அழைத்துப்போகும் சொற்கூட்டம் இக்கவிதைகள்.

வாழ்த்துக்களுடன்...
கோ.கலியமூர்த்தி
திருச்சி - 620 026
97151 85308

இந்த நூல் குறித்து நான்...

உங்களின் கையிலுள்ள என் நூலை எழுத நூலின் தலைப்பு சொல்வது போல், நான், நாங்கள், நாம், அவர்கள், நாடு கடந்து வந்த வாழ்க்கைத் தடங்களே ஆகப் பெரும் காரணிகள். அவை ஒரு வடிவம் பெற்ற படைப்பாய் வரப் படிக்கற்கள் பலவே.

பள்ளிப் பருவத்தில் மொழி, மேடைப் பேச்சு இவற்றில் தேர்ச்சி பெற வைத்த பரமக்குடி ஆ.வை. உயர்நிலைப் பள்ளி, பின்னர், கூடுதல் வாய்ப்புத் தந்த (மதுரை சரசுவதி நாராயணன் கல்லூரி), துவக்கப் படிகளாய் அமைந்திட,

தொலைபேசித் துறையிலே ஊழியனாய்ச் சேர்ந்த நாள் - 1974 முதல், உயர் பதவி பெற்று பணிஓய்வு பெற்ற நாள் - 2013 வரை தொழிலாளி களின் இயக்கங்களில் பங்கெடுப்பதும், வழி நடத்துதலும், பரந்து பட்ட உழைக்கும் மக்களின் அமைப்புகளில் பங்கெடுப்பதும் வாழ்க்கைக்கான படிகளாயின. ஒளி விளக்காய் பாரதியும், கார்ல் மார்க்ஸும் உணர்வில் இணைந்து வழி காட்டியபடி இருந்தனர்.

பெருமையுடன், நன்றிப் பெருக்குடன் சொல்வதெனில், தொழிலாளி களின் இயக்கங்கள், பொதுவுடைமை இயக்கங்களுடன் சேர்ந்து பயணித்ததால் மட்டுமே என்னால் வாழ்க்கையை நேசிக்க முடிகிறது. சாமானிய மக்களின் இன்னல்களின் காரணிகளையும், அவை தீர்க்கும் சமூக நீதி, பொதுவுடைமை ஞான ஒளி பற்றி ஓரளவாவது புரிய முடிந்திருக்கிறது. அவற்றின் வெளிப்பாடே இந்த நூலிலுள்ள வார்த்தைகள், வரிகள்.

முகநூலிலும், திணை இதழிலும், மற்ற சிற்றிதழ்களிலும் எழுதிக் கொண்டே இருந்த என்னிடம் என் கவிதைகளை நூலாகக் கொண்டு வர தொடர்ந்து வற்புறுத்திய என் புதல்வியர் ஜென்னி, ஆர்த்தி, இம் முயற்சியின் கிரியா ஊக்கிகள்.

அருமை நண்பர்கள் ராஜாமணி, உஸ்மான், ஊக்கமும், ஆக்கமும் தந்த, தருகின்ற, நாகர்கோவில் தமிழ்நாடு க..இ.பெ.தோழர்கள், நாகர்கோவில் நியூ செஞ்சுரி புத்தக நிலைய மேலாளர் தோழர் தனசேகர், அணிந்துரை தந்த அருமைத் தோழர் சொக்கலிங்கம், இந்த நூல் பற்றிய மதிப்பீட்டு, அறிமுக உரை தந்த நாடறியும் கவிஞர். கலியமூர்த்தி, பல்லாண்டாய்த் தோழமை, பரஸ்பரம் சிந்தனையோட்டங்கள், தகவல்கள்

பரிமாறி வரும் தமிழ் கூறும் நல்லுலகம் பாராட்டும் பேச்சாளர் பாரதி கிருஷ்ணகுமார் ஆகியோருக்கு இதயம் நிறைந்த நன்றிகள்.

தாங்களே முன்வந்து ஊக்கம் தரும் வகையில் இதைப் பதிப்பித்து, வெளியிடும் நியூ செஞ்சுரி புத்தக நிலையப் பொறுப்பாளர், பதிப்பு, பிரசுரப் பிரிவுத் தோழர்கள் அனைவர்க்கும் என் கரம் கூப்பிய நன்றிகளும், பாராட்டுகளும்.

- (ஆர் ஆர்) ராமானுஜம் ராகவன்

பெங்களூர் *9449826636*

6-12-2023

குறுங்கவிதைகள் [1]

ராமர் சன்னதியிலா?

தன் மூன்றாம் மனைவியை மணம் புரிந்த
இரண்டாம் திருமண நாள் சிறப்புப்பூஜையை
ராமர் சன்னதியில் நிகழ்த்தினான் ராமசாமி

அப்பாடா இன்றைய பொழுது

பத்து வயதுச் சிறுமி கடைத்தெரு போய்ப்
பத்திரமாய்த் திரும்பி வந்தாள் வீடு...
கூடவே, வாலாட்டியபடி ஒரு நன்றியுள்ள மிருகம்

கடவுள் யாவர்க்கும் பொதுவே!

ராமர் பிறந்தது நேப்பாளம் என்றால்
ரத்தக் கொதிப்பு ஏண்டா ராமசாமி
கடவுள் யாவர்க்கும் பொதுவானவர்தானே?

குறுங்கவிதைகள் [2]

வீடே காடு போலக் குளிர்ச்சியாய்

எங்கள் எம் எல் ஏ வீட்டில் 7,8 ஏ சி பெட்டி
எப்போதும் ஜில்லென்றே இருக்கும்
வனத்துறை அமைச்சராய் இருந்தபோது வாங்கியதாம்.

பூவின் புனிதம்

சுமங்கலி பூஜைக்கென்றே விசேஷமாய்
மல்லிகைப் பூப்பந்தைச் செய்து கொடுத்தாள்
மகன், மகளைக் காப்பாற்றி வரும் விதவைப் பூக்காரி

மெரினாவின் சமதர்மம்

ஜீரணத்துக்காக உடற்பயிற்சி
ஜீவனத்துக்கான நடைப்பெயர்ச்சி
இருவரையும் இதமாய் வருடிவிடும்
இளங்காலைக் கடல் காற்று.

செய்கூலி சீனாவுக்கு, சேதாரம்???

இந்தியா என்ற ஒன்றைக் கட்டிய
இரும்பு மனிதர் படேலின் உலோகச் சிலையை
சீனாவில் கட்டிய சீராளர் எம் ராஜா!

காய்ச்சல் இல்லை

என் நாக்கின் கீழாக
தெர்மாமீட்டரை வைக்கும் வரையில்
எனக்குக் காய்ச்சல் இல்லை.

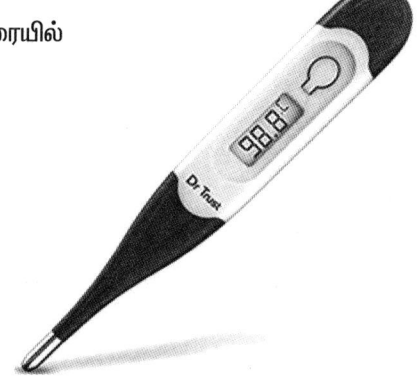

அட அப்படியா!!!

பனி வருத்தும் குளிர் கால அதிகாலை
பயத்திலே சூரியன்
மேகப் போர்வைக்குள் பதுங்கியவாறு.

உண்மையில் நடந்தது இதுவாமே

சூரியன் வருகின்றான், சுட்டெரிப்பான் எனப்
பனிப் படலத்தை மேகம் எச்சரிக்க
பயந்து ஓடி ஒளிந்ததாம் பனித்திரை
அப்புறமென்ன

சுத்த வீரன் போலச் சூரியன் கீழிறங்கி!

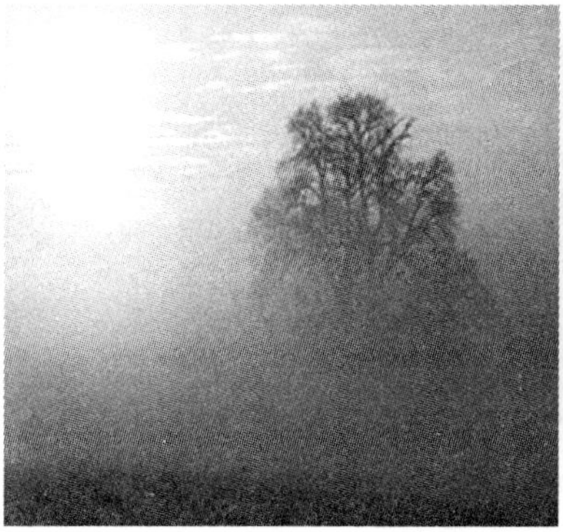

அதுவா இது??

மரங்கள் காடுகளை மழித்து
மந்திரி ஐயா திறந்து வைத்த
எட்டு வழிச் சாலையில்
அசுர வேகத்தில் பறக்கின்றன
ஆக்ஸிஜன் சிலிண்டர்களை ஏற்றிய லாரிகள்

அந்தஸ்து

குப்பை மேட்டில் கிளறித் தேடிப்
புழு பூச்சியை விழுங்கும் கோழியைப் பார்த்து
குட்டிச் சுவர் மேலமர்ந்து புழு தின்னும் கோழி
எளக்காரமாய்ச் சிரித்தது.
அந்தஸ்து!!!

22 அக்டோபர் 21

அம்மா தாயே பசிக்குதே

அரசியலைத் தவிர்த்தே சிந்தியுங்கள்
அரசியலை விலக்கியே எழுதிடுங்கள்
ஆசையே துன்பத்தின் ஊற்றுக்கண் ஆதலால்
ஆசையை அறவே நீக்கிடுங்கள்

எழுதவும் பாடவும் பொருளுக்கா பஞ்சம்

எல்லையற்ற பிரபஞ்சம்
எதையும் மறக்கடிக்கும் அவள் பார்வை
குளிர் தவழும் தென்றல்
குளத்து நீரில் நிலா

வண்ணத்துப் பூச்சிகளின் விளையாட்டு
வானவில்லின் வண்ணப் பிரிகை
போதும் போதும் இத்தனை போதும்

இசைந்தேன்
எழுத...அமர்ந்த போது
எனக்குள் இருந்த பசித்தீ கத்தியது

என் இல்லாமையைத் தெரிந்தும்
எனக்குள் இருந்த பசித்தீ கத்தியது
இல்லாமை என்பது அரசியல் சார்ந்தது என்பது
என் வயிற்றுக்கும் பண்டிதர்க்கும்
எப்போதும் புரியாது.

பிப்ரவரி 22

அமைதிப் பூங்கா நாட்டில் அழுகின்றவர் குற்றவாளிகள்

அடிபட்டவர் அழுவது,
வலியால் துடித்து ஊர் கூட்டுவது
சட்ட விரோதம் ஆகிப் போன ராஜ்யத்தில்
வீதிக்குத் தள்ளப்பட்டவர்கள்
கூடி நின்று அழுததால்
சட்ட மீறல் சட்டத்தில் கைதிகளாக இப்போது.

இ.பி.கோ சொல்லாதா
இதை ஒரு கொலையென்று

மேல்படிப்பு படிக்கவந்த கீழடுக்குப் பிள்ளைகளை
உதவித்-தொகைச் சோறு, ஓசிச் சோறென்று
விஷம்தோய்ந்த சொற்தீயில் வேகவைத்த கொடுமையினால்
தன்னுயிர் மாய்த்தரே தளிர் போலும் இளைஞர்கள்,,

தற்கொலையா? நிஜத்தில் அது கொலைதானே?

கடன்பாக்கி கோடிகளில் கண்டுகொள்ளாச் சட்டமுறை
சிறுகடனைச் செலுத்தாத விவசாயி குடிசைக்குக்
குண்டர்களை ஏவியதில், டிராக்டர்களைப் பறித்ததிலே
தன்மானத் தீயினிலே தன்வாழ்வை முடித்தாரே

தற்கொலை என்பீரா? நிஜத்தில் அது கொலைதானே?

வாழ வழியின்றி சொந்த ஊர் சொர்க்கமென
புலம்பெயர் தொழிலாளி புறப்பட்டான் வழியெல்லாம்
நீரில்லை உணவில்லை நெடும்பயணத் திடையினிலே
காய்ந்த சருகுகள் போல் சாய்ந்து மடிந்தாரே- அதை
விபத்தெனவே படம் போட்டார்! நிஜத்தில் அது கொலைதானே?

நடித்த நாயகன் பெற்றது பல கோடி
முடித்துப் படம் வந்த முதல் நாளில் நம் இளைஞன்
கட் அவுட் அட்டைக்கு பூமாலை போட்டு விட்டு
பாலாபிஷேகம் செய்து கீழ்விழுந்து மாண்டானே
விபத்தென்று கூறாதீர். ஒருவகையில் அது கொலைதானே?

சாவதற்குத் தூண்டியதால் இறந்திடினும், ஊர்வழக்கு
தற்கொலை என்றேதான் தவறாக உச்சரிக்கும்
மூலக் காரணியோ- மூலையிலே ஒளிந்திருப்பான்
இ பி கோ சொல்லாதா கொலைகாரன் என்றிவனை?

இடைவெளி இல்லாதத் தலைமுறை

“அடுத்த தலைமுறைக்கு வழி விட வேண்டும்
அதிகாரம் பகிர்தல் அவசியம் வேண்டும்”

அரசியல் தலைமை ஆணை இட்டது
“அப்படியே ஆகட்டும்” எனச் சொல்லிக்
கையெழுத்திட்டு ஒரு காகிதமும் தந்தார்கள்
மகன், மகள், பேரப் பிள்ளைகள் மற்றும்
அவர்களுக்கான தொகுதியின் பெயரோடு

தலைமைச் சொல் மிக்க மந்திரமில்லை.

29 டிச 20

இந்தச் சந்தையில்...

மகள்கள் பெற்ற தந்தையின்
மனக் குமுறல் கவிதை இது
பொருளை விற்கப் போனாலும்-இங்கே
வாங்க வந்தவனுக்கே பொருளும் கொடுத்து
வகை வகையாகச் சீரையும் கொடுக்கும்
இந்தச் சந்தையில்
எங்கள் பெண்கள்
சந்தையில் விற்கும் சரக்குதானா?
சந்தைச் சரக்கெனில் வாங்கிச் செல்வோன்
தந்து செல்வது எது சொல்வீர்?

இப்போதுதான் தெரிந்தது... நேற்று வரை...

அந்தத் துப்புரவுத் தொழிலாளர்கள்
வேலை நிறுத்தம் செய்தார்கள்
கூலி உயர்வு நிறுத்தப்பட்டு,
கோரிக்கைகள் மறுக்கப்பட்டு
வேலை நிறுத்தம் செய்தார்கள்.-
சிறையில் அடைக்கப் பட்டார்கள்
அத்தியாவசியப் பணிச் சட்டத்தில்..

அவர்கள் வேலை நிறுத்தம் செய்யும் முன்
அத்தியாவசியப் பணி செய்தார்கள் என்று
அரசுக்கு இப்போதுதான் தெரிந்ததால்
அத்தியாவசியப் பணிச் சட்டத்தின் கீழே
சிறையில் அடைக்கப் பட்டார்கள் அவர்கள் இன்று

மே 22

இயற்கை எழுதும் ஈர வரிகள்

வானத்தின் வார்த்தைகளே
வந்து சேரும் மழைத் துளியாய்
ஒரு ஈரமான தொழிலாளி அது
மரங்களை, மலர்ச் செடியைச்
செறிவாய்க் கழுவி விடும்
எனினும்
செய்கூலி சேதாரம் கேட்பதில்லை

கடலின் உப்பு நீரைக் கொண்டு போய்
நன்னீராய் மாற்றியருளும் வள்ளல்
காடென்று ஒன்றிருந்தால் அது
மழையின் பிள்ளைதான்.
விதையைச் செடியாக்கி
செடியை மரமாக்கி
மரங்களைக் காடாக்கும்
மழையே இயற்கைச் சாமி.

அசரீரி ஒன்று
வானிலிருந்து கேட்டது:
காட்டின் மீது நீங்க
கண் வைக்காம இருங்க
கை வைக்காம இருங்க
காடும் உய்யும்
மழையும் பெய்யும்
செய்வோமா?

இருப்பது ஒன்றுதான் என்ன செய்ய?

அவன் ஒரு கன்னத்தில் அறைந்தால் என்
மறு கன்னத்தையும் காட்டச் சொன்னீரே - தேவனே
செய்தேன்
இப்போது அவன் என் ஒரே வயிற்றில் அடிக்கிறான்
என்ன செய்யட்டும் தேவனே?

உண்மையும் பொய்யும்

பொய்களும், வதந்திகளும்
புல்லட் ரயிலில் புறப்பட
சத்தியங்கள் தள்ளாடிப் போய்க்
காலொடிந்த வயதான
ஆமையின் முதுகேறி அமைதியாய் நகரும்

உள்ளுவதெல்லாம் உயர்வுள்ளல்

அங்குமிங்கும் சத்தமிட்டு அலைந்தவாறு
அறிவற்ற தவளை ஒன்று
அருகில் ஒரு கீரிப்பிள்ளை... அது

தவளையை நோக்காது அதை
விழுங்க வரும் பாம்பைப் பிடிக்க
விரிந்த கண்கள் மூடாது...

எங்கிருந்து தொடங்க?

எங்கும் இருட்டு எனைச் சுற்றி
என்ன எழுதுவதென்றே தெரியவில்லை
எங்கிருந்து தொடங்குவது...
எதுவும் தோன்றவில்லை!
தோட்டாவிற்குப் பலியான ஒரு போராளி
துடிப்புடன் எழுதிய வரிகள் துளைத்தன நெஞ்சை
தோழா!
"உன் கண்களில் கட்டப்பட்ட கறுப்புத் துணியையும்
கைகளைக் கட்டிப்போட்டிருக்கும் சங்கிலியையும் பார்"

பார்த்தேன்,

இப்போது
எங்கிருந்து தொடங்குவதென்று புரிந்தது
இலக்கும் இலகுவாகத் தெரிந்தது.
எழுந்து விட்டேன்
நண்பா! வருகிறாயா நீயும்.
நவம்பர் 20

எங்கேயோ இடிக்குதே

என்னை ஒரு நாத்திகனாய்ப் படைத்தது
எந்தக் கடவுள் என்ற விசாரணையில்
என் இத்தனை வருடமும் கழிந்தது!

சகுன சாஸ்திரம் பொய்க்கவே பொய்க்காது.
அது சத்தியம், சாசுவதமும் கூட
ஒரு நாள்,
கெட்ட சகுனத்தில் பிறந்தது ஓர் குழந்தை
சகுனம் பொய்க்குமா?
பிறந்த சிறிது நேரத்தில்
பிரிந்தது உயிர்.   பிழையில்லா சாஸ்திரம்
மற்றொரு நாள்,
நல்ல சகுனத்தில் மரித்தான் என் வீட்டுக் கிழவன்
சகுனம் பொய்க்குமா?
நடு வழியிலேயே எழுந்து விட்டான் அவன்?!
சரிதானே கணக்கு !!!!

நீண்ட ஆயுள் வரம் தரும் மனிதக் கடவுள்
நிதமும் நெடிய வரிசையில் காத்து நிற்கும்
ஜீவாத்மாக்கள் லட்சம் பேரையும் விட்டு விட்டு
ஜீவ சமாதி அடைந்து போனாராமே?
ஜீரணம் ஆக மறுக்குதே சேதி

எண்ணத்தில் பட்டு எழுத்துக்குள் வந்தவை

வாழும் போது மறுக்கப்பட்ட
பூச்சரமும், குங்குமப் பொட்டும்
அந்த விதவையின் மேலமர்ந்து பயணிக்கின்றன
அவளின் சவ ஊர்வலத்தில்

முகப் பொலிவு தரும் களிம்பு
மூன்று நான்கு பூசிப் பார்த்தேன்
முச்சூடும் சந்தனம் தேய்த்து
முயற்சித்து விட்டேன்... எனினும்
என்னை அழகாய்க் காட்ட மறுக்கிறது
எங்கள் வீட்டுக் கண்ணாடி

எப்படை வெல்லும்

காலாட் படை தெரியும்...
கப்பல் படை தெரியும் --- ஆனால்
தினம் தினம் செய்திகளில் அடிபடும்
கூலிப் படை என்னவெனத் தெரியவில்லையே
கூறுங்களேன் அறிந்தவர்கள்
அந்தப்படைக்கு ஆளெடுப்பது பற்றி

30 ஜூன் 22

இருட்டையும் மிரட்டும்

அச்சத்தில் நமையெல்லாம் உறைய வைக்கும் காரிருள்
அரண்டு நிற்கிறது சிறு தீக்குச்சி கண்டு

ஒரு வார நன்றிப் பெருக்கு

இலையும் தழையும் இரையாகத் தந்து
இதமாய் உடலைத் தடவித் தந்த
எஜமானைப் பார்த்து
ஈரமானது ஆட்டின் கண்கள்
எப்படித் தெரியும் அதற்கு
அடுத்த வாரம் பக்ரீத் என்று.

ஆகஸ்ட் 23

கல்லறைக் கவிதை

நான் ஒரு யுகக் கவிஞன்
நாடு போற்றும் உயர் கலைஞன்
நாவடக்கத்தோடே இதைச் சொன்னேன்.

என் இறுதி நாள் வந்ததாய்
எனக்கொரு பொறி தட்டியது
நண்பர்களே!
அஞ்சலிக் கவிதை ஒன்றை அழகாய் எழுதுங்கள்
கல்லறையில் பொறிக்கலாம்.
ஏன்: கல்லறை

என்ன இதுவா எனக்கான கல்லறைக் கவிதை
ஏற்பதற்கில்லை இதில் தரமில்லை குணமில்லை
நன்று தமிழ் படித்து நல்ல கவிதை தருவீர்
அதுவரை
என் இறுதி நாளை இழுத்து வைப்பேன்..
வரட்டுமா !!

கண்ணகியுடன் சிறு உரையாடல்

அரசநீதியுடன் சேர்ந்து
அன்புக் கணவனும் கொலையுண்டான்
ஆர்ப்பரித்த அலையானாய் கண்ணகி!
எவரும்
வெட்ட வரும் போது
வீரம்தான் நெஞ்சேறும், வெட்கம் அல்ல
எவரும்
நசுக்க எத்தனித்தால்
மடமும், நாணமும், கைகூடாது
மானமும், சீற்றமுமே உடனேறும்
இதைப் படிப்பித்த நீ
இதற்கான பதிலையும் சொல்லிவிடு
குற்றமிழைத்தாரைக் கொடும் தீயில் தள்ளிய நீ
அப்பாவி மதுரையரை
அவித்தது சரிதானா?
சொல் சுடர்ப் பெண்ணே!

Statue of Kannagi, Chennai

ஆகஸ்ட் 23

காரணம் அறிகிலாதார்

இழப்பதற்கு எதுவுமில்லை அவர்களுக்கு
அடிமைச் சங்கிலி தவிர. சரி.
அப்படி ஒரு சங்கிலி கட்டியிருப்பதையே
அவர் அறியாதிருந்தால் பிறகெப்படி...

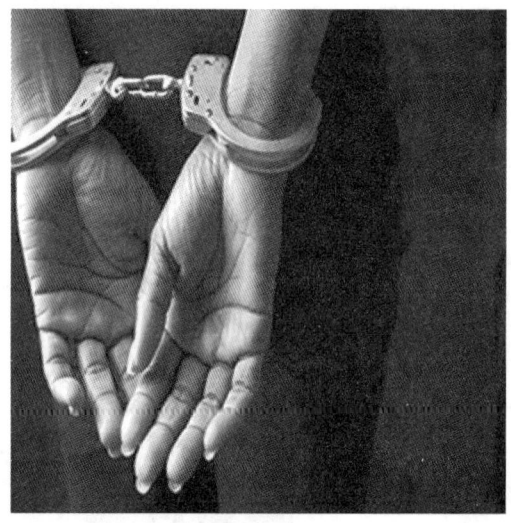

வரிக்கு வரிக் கவிதை

குதிரைகள் குளம்படிபட
தலைதெறித்து சாலையில் ஓடும்...
வரிக் குதிரைகள்
சாமானியனின் தலை தெறிக்க
வருடமெல்லாம் ஓடும்..

G S T,
CENTRAL EXCISE,
CAPITAL GAINS TAX,
PROFESSIONAL TAX,
PROPERTY TAX,
MUNICIPAL TAX,
ROAD TAX
CESS
INCOME TAX
TOLL TAX AND STILL RUNNING........

22 ஜூலை 22

[ஆர் கே] நகர் மாட்சி அதிகாரம் எண்: 2017

கைநீட்டி ஆயிரங்கள் வாங்கியதால் தந்தவனின்
கைகாட்டும் பாதையில் நீ செல்.

சொக்கனைக் கொண்டாடி ஏதும் சுகப்படலை
குக்கரைப் பண்பாடி வாழ்.

ஆட்டின் விலையினிலும் ஓட்டின் விலையதிகம்
ஆர்கே நகர்மாட்சி காண்.

வறுமை ஒழிக்க வழியொன்று கண்டோம்
இடைத்தேர்தல் என்பதே யாம்.

தன்னை விலை பேசிடினும் என்ன விலை என் வாக்கு?
சென்னையிலோர் சிந்தனையை நோக்கு.

கொடுத்தான் ஆயிரங்கள் கோட்டைக்குப் போனான்
எடுத்தான் ஏழு மடங்கு.

கோட்பாடு கொள்கையெதும் பாராது வாக்களிக்கும்
ஏற்பா டொழிப்போம் இனி.

பாதாளம் மட்டும் பணம் பாய்ந்த காரணத்தால்
சேதாரம் கொண்டதுநம் நாடு.

வாக்களித்த நாள்பின் வலம்வந்தார் டோக்கனுடன்
நோக்கிடவே நோகிறது நெஞ்சு.

தேர்தலெனில் கிட்டும் கமிஷன் எனக்கூறி
மார்தட்டும் ஆர்கே நகர்

2017 ஆர் கே நகர் (சென்னை) தொகுதி இடைத் தேர்தல் நடந்ததையும், குக்கர் சின்னம் ஆட்கள் " டோக்கன் " கொடுத்துப் பின் பணம் கொடுத்த, மொத்தமாகவே பணம் புகுந்து விளையாடியதையும் எண்ணி **"வெண்பா இலக்கணத்தில்** குறள் "10 எழுதிப் "புது அதிகாரம்" ஒன்றைப் பதிந்தேன். பகிர்ந்தேன்.

டிசம்பர் 2017

குறுங்கவிதைகள் [3]

என் அன்பு அண்ணாச்சி என்னிடம் சொன்னார்
"உன் ஒரு கன்னத்தில் அவன் அறைந்தால்
நீ உன் மறு கன்னத்தையும் காட்டு"
அதிர்ந்து போய் அவரை நேரடியாய்க் கேட்டேன்,
"அண்ணாச்சி, நீங்க யார் பக்கம்?" (-)

எல்லா இயக்கங்களும் இப்போதெல்லாம்
இன்றைய இளைஞர்களையே தலைவராக்குகின்றனர்-
அவர்கள் மூப்படையும் போது. (-)

"என் மச்சான் இப்ப பட்டாளத்தில தெரியுமா"?
ஏத்தமா எல்லோரையும் பார்த்து
"ரம்"மியமாச் சொன்னான்
ஊதாரி மைத்துனன் உரத்த குரலில். (-)

"பதிலடி கொடுத்தேன், பதிலடி கொடுத்தேன்
பாத்தியா நீ, பாரத புத்திரா"
பதிலடியாக- பாரத புத்திரன் கேட்டான்.
"முதலடி தந்தது யாரென, ஏனென?"
விடையெதும் வந்தால் விபரம் தருவேன். (-)

சவால் சத்தம்

வீராவேசமாய்ச் சவடால் சத்தம்
"வெளியே வா, வந்து பார்" என்று
சவால் விட்டன சத்தமாய்
சீறும் சிறுத்தையிடம் சவால் சத்தம்

முயல் ஒன்றும், அணில் ஒன்றும்
தத்தம் கூண்டுகளிலிருந்து..

பிப் 23

ஒரு சாமானியனின் உறுதிமொழி

பிஞ்சுப் பெண் ஒருத்தி
காஷ்மீரில், கதுவாவில்
ஆளுகிறோம் என்னும் அகம்பாவக் கொடியனால்
கசங்கி வீழ்ந்தாளே - அவள்
கடைசியாய் உச்சரித்த
கடவுளின் பெயரென்ன?
ஒரு சாமானியன் கேட்கிறான்.

யோகியின் பூமியில் அத்ரஸ் சிற்றூரில்
போகிகள், உயர் ஜாதிக் காலிகள் சேர்ந்து
அப்பாவி இளம் பெண்ணை அழித்து விட்டு அதற்கு
சாட்சியமே இல்லாது சாம்பலாக்கிட்ட அவள்
சத்தமிட்டுக் கூவினளே இறுதியாய்- அந்தச்
சாமியின் பெயரென்ன
ஒரு சாமானியன் கேட்கிறான்.

ஃபெனிக்ஸ், ஜெயராஜ் பெயர் கொண்ட இருவர்
சட்டம் காப்பவரால் சவமாகிப் போனவர்கள்
சாத்தானின் குளத்தினிலே சத்தியங்கள் மரணிக்க
சட்டம் காப்பவரால் சவமாகிப் போனவர்கள்
காப்பதற்கு யாருமின்றி வன்முறையால்அவ்விருவர்
கல்லறைக்குப் போன போது வலி மேவக் கதறினரே
கடைசியாய் அழைத்திட்ட தேவன் பெயரென்ன?
ஒரு சாமானியன் கேட்கிறான்.

பாரதப் பெருங்கதையில் பாண்டவர் துணைவியாம்
பாஞ்சாலி அழைத்த போது
பறந்து வந்த பரந்தாமா!
பெருங்கதை பாரதத்தில் பெண் மானம் காத்த நீ
பெருமாளாய் உனை வணங்கும் பாரதத்தில்-இன்று
பாவிகளால் வதைபட்டுப் பாவையர் அழைக்குங்கால்
வாராது போவாயோ காணாது ஒளிவாயோ
ஒரு சாமானியன் கேட்கிறான்.

அருள் வடிவாம் மேரியே, இந்த
அகிலத்தைக் காக்கும் அல்லாவே,
பாரத பூமி சொல்லும் பல்லாயிரம் கடவுளரே!
கதைகளில் வந்து நின்று காப்பாற்றிய நீங்கள்
ஐந்து அப்பத்தால் அனைவரின் பசி போக்கிய நீங்கள்

அப்பாவிகள்,
அல்லல் பட்டு அலறும் போது
வாராதுள்ளீரே ! எப்போது வருவீர்கள் !
ஒரு சாமானியன் கேட்கிறான்.

அல்லாவை அழைத்தாலும்,
ஆல லூயா உரைத்தாலும்
ஆதி சிவன் சொன்னாலும்
ஆள்பவரை எதிர்த்தவரை
அழிவினின்று காப்பாற்ற
யாரும் வந்ததாய் எங்குமொரு சேதியில்லை.

ஓஓஓ தெய்வம் நின்று கொல்லும் தெரியாதா மானிடனே!
நீங்கள் நின்றுதான் கொல்வீர்கள் அல்லவா?
அதுவரை, இங்கே சதிகாரர்களின் கொடுமையால்
சாகடிக்கப் பட்டவர் சடலங்களைப்
பத்திரமாய் வைத்திருந்து படைப்போம் உங்கள் முன்
ஒரு சாமானியன் உறுதி சொல்கிறான்.

சின்னக் கடன் தரும் சித்திரவதை

முப்பதாயிரம் கடன் பாக்கி கட்டாத
முனுசாமியின் ஆடு, மாடு,

அம்பதாயிரம் கடன் பாக்கிக்காக
அய்யாச்சாமியின் டிராக்டர் வண்டி

மூணு லட்சம் வரை கட்டாத
மொத்தப் பேரின் வண்டியெல்லாம்

ஆயிரம் கோடி பாக்கி வச்ச
அய்யா வீட்டுப் பெரிய தோப்பில்
அணி வகுப்பாய் அழகாக

பிப் 22

சீர்திருத்தம்

கடுமையான விமர்சனத்தில்
காயப் பட்டது காவல் துறை
கவலை வந்தது அரண்மனையில்
சீர்திருத்த வேண்டும் சீக்கிரமே
சிந்தித்தார் மன்னர்!
அப்போது,
காக்கிச் சீருடையை தூக்கிப் போட்டு
காவிச் சீருடை தரலாம் என்றார் மந்திரி
இப்போது சீர்திருத்தம் துவங்கியது..
காக்கிச் சீருடை போய் காவிச் சீருடை வந்தது
ஒருவேளை, அடுத்ததாகத்
துப்பாக்கி, லத்திக்குப் பதிலாக
திரிசூலங்கள் தரப் படுமோ ?

சொல்லித் தராத கணக்கு

ஏழிலிருந்து ஒன்பதைக் கழிக்க முடியுமா
கணீரென்ற குரலில் கணக்கு வாத்தியார்
முடியாதென்று முழு வகுப்பும் கத்தியது

அதனால்
பக்கத்து இலக்கத்தில் பத்து கடன் வாங்கிக்
கழித்தலைச் செய்ய பாடம் கற்றோம்
அது பதின்ம வயது.
பாடம் பதிந்தது மூளையில் பளிச்செென

ஆனால்
கடனைத் திருப்புவது பற்றிக்
கற்பிக்கவே இல்லையே கடைசி வரை
அந்த கணீர்க் குரல் கணக்கு வாத்தியார்

இப்படிக்கு :- நிரவ் மோடி.., விஜய் மல்லையா, நண்பர்கள் குழு.

சொல்லுங்கண்ணே!!!

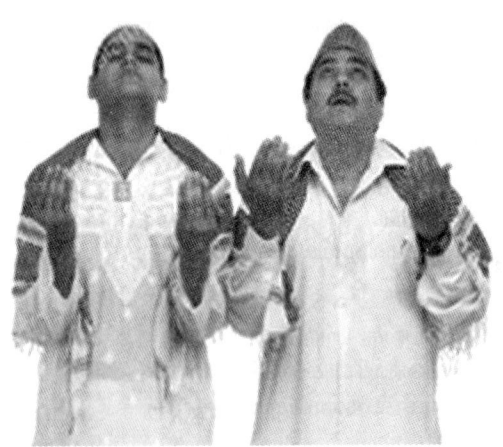

இஸ்லாமியர் இருவர் சேர்ந்து
இந்துவாக மாறிட வந்தனர்
அடேயப்பா
ஆரஞ்சு நிறக் கொடிகள் அலங்காரத் தோரணங்கள்
இடைவிடாத கைதட்டல் ஏகமாய் மலர்மாலை

மேகத்தைத் தொட்டு நின்ற ஜிந்தாபாத் கோஷம்...
அப்போது
மெதுவாய்க் கேட்டான் நேற்றைய முஸ்லிம்...

எங்களுக்கு என்ன ஜாதி? சொல்லுங்கள்
தேவரா, முதலியா, வன்னியரா-அல்லது
தெய்வச்சிலை அருகிருக்கும் அந்தணரா?
பதிலில்லை இன்றுவரை
பாவம் அந்த இருவருமே!!

8-5-20

தேவதையின் தர்மம்

கண்ணில் கட்டிய கறுப்புத் துணியுடன்
நீதி தேவதை கீழிறங்கி வந்தாள்
வரும் போது
நீதிபதி மேசையிலிருந்த மரச் சுத்தியலைத்
தட்டியவாறே உரக்கச் சொன்னாள்
"நீதிமன்றத்தால் கூண்டிலேற்றப் பட்டிருக்கும்
நியாயத்தையும், தர்மத்தையும் நான்
நிபந்தனையின்றி விடுதலை செய்கிறேன்
 நினைவில் கொள்வீர்,
சட்டங்களும், சட்ட நூல்களும் மட்டுமே
நீதிமன்றங்களின் சொத்தும், சொந்தமும்.
நியாயமும், தர்மமும் மட்டுமே
என்னுடைய சொத்தும் சொந்தமும்"
சொல்லியபடி, மீண்டும்
கட்டிய கண்களோடு இருக்குமிடம் சேர்ந்தாள்
தர்ம தேவதை.

----

1 செப் 20

தின்று தீர்த்த தீ

விமானங்களை ஓட்டும் கனவுகள்
விஞ்ஞானிகளாய் உருவாகும் ஆசைகள்
இவற்றைத் தாங்கிய பூந்தோட்டங்கள்
எரிதழல் மேவித் தரைமட்டம் ஆனதே!
நெருப்புக்கு உணவானதே!
வருங்கால அமர்த்தியா சென்கள்
வையம் போற்றும் இந்திரா காந்திகள்
தீயின் கொடும் பசிக்குத்
தின்பண்டம் ஆயினரே!
அது காட்டுத் தீ போலன்று
காட்டுமிராண்டித் தனமான தீ,
அது பூக்களை மட்டுமன்றி
பூக்களையும் புதுப் புதுக்
கனவுகளையும் சுமந்திருந்த
கர்ப்பப் பைகளையுமே அல்லவா
பொசுக்கிப் போனது!
அந்தத் தீ
சதியால் வந்ததெனில், சவுக்கை எடு
சாற்றிடுவோம்
விதியால் வந்ததெனச் சொன்னால் அந்த
விதியை எழுதியது யாரென்று
விசாரி, வேக வைப்போம் யாரெனினும்.

இந்தத் தீ நிகழ்வு கும்பகோணம் நகரில் ஒரு சிறார் பள்ளியில் நிகழ்ந்த கொடுமை. நாள் 16 ஜூலை 2004.

மறு நாள் 17 ஜூலை

தேடல்

இந்தப் பெண் எதையோ தேடுகிறாளே
எதைத் தேடுகிறாள்?
அசரீரி ஒன்று அலறிக் கேட்கிறது:
எதை அவள் தேடுகிறாள் தெரியுமா?

இடிபாடுகளினூடே
எங்கே என் கணவன் என்றோ, மகன் என்றோ
எங்கே தம் பழைய வாழ்க்கை என்றோ
எங்கமையும் புது வாழ்க்கை என்றோ
அவள் தேடவில்லை

இந்த இடிபாடுகளை ஏற்படுத்திய
இங்கே இழவுகளை உருவாக்கிய
போரின் நாயகர்கள் எங்கே என்று தேடுகிறாள்

எல்லாம் அவன் செயல் என்கிறார்களே
அந்த "அவன்" எங்கே என்றும், யாரென்றும்,
கோபத்தோடும், குமுறி வரும் அழுகையுடனும்
இடிபாடுகளூடே அவள் தேடுகிறாள்.

அவள் தேடும் நபர் தென்பட்டால்
தேடி வந்து சொல்வீரா?

தேரோட்டத்திற்குத் தேதி ஒன்று வேண்டும்

தேரோட்டம் இங்கே அடுத்த வாரம்
தெருக்களெல்லாம் பக்திப் பெருக்கு
ஆண்டவனைத் தேரிலேற்றும்
அந்த நாளும் நேரமும் வந்தது

வடம் பிடித்து இழுப்பதற்கு
வரிசையிலே ஆயிரம் பேர்
வரிசையிலே,
கண்டவர்களும் இருந்ததைக்
கனவான்கள் கண்டார்கள்
ஒதுக்கப் பட்டோர் இருந்ததையும்
ஊரில் சிலர் பார்த்தார்கள்.
பின்,

தேரின் சக்கரங்கள் தெரு போகவில்லை.
உருளைச் சக்கரங்கள் உருளாமல் நிற்க,
வெறுப்புச் சக்கரம் வெறியோடு ஓட
நெருப்பேந்திய சாதித் தீ நீள் நாவை நீட்ட
இப்போது

எல்லாத் தெருக்களும் தேர் நடையுமே
இருப்பது 144 இன் கீழே
தெய்வ வழிபாடு சாதிச் சாம்பலின் அடியில்
கலெக்டரும், காவல் துறையும் கண்காணிக்க
கடவுளோ கருவறைக்குள் பத்திரமாய்

ஐயோ! அடக் கடவுளே!!!

மணிப்பூர், கோவாவில் மலர்ந்த மலர்கள்

தேர்தல் சந்தடி தெருவெல்லாம் ஓசை
நிறம் மாறும் பூக்கள் நிற்கின்ற தேர்தல்
அந்தக் கட்சி, இந்தக் கட்சி
ஆரவாரம் ஆர்ப்பாட்டம்

ஆடிப் பாட பறந்தன நாட்கள்.
அரசியல் சட்டம் முடிவுகள் சொன்னது
ஆனாலும் "அவர்" மட்டும் அசையவில்லை,
இப்போது "அவரின்" முடிவுகள் வந்தன
தேர்தல் முடிவு தேர்தலோடு கழிய
தேவையான முடிவை 'அவர்' "வாங்கி" வைத்தார்.
கோடி கோடி மக்களின் வாக்கு மீது
"கோடித் துணி" போர்த்திவிட்டு
மலர வைத்தார் மக்களாட்சியை "அவர்"

மக்கள் ஆட்சி??? தளிர்த்தது அதனுடனே சேர்ந்து

ஒரு விதமான முடை நாற்றமுடன்
புது விதமான ஜன நாயகமும்.
ஜெய்...ஸ்ரீ ஜன னாயகா!

பிப்ரவரி 23

தொடரும் இடைவெளி

ஊரையும் உலகையும் உலுக்கிய
பெருந்தொற்று இன்றில்லை பெரிதாக
எனினும்
சமூக விலக்கலும், சமூக இடைவெளியும்
சற்றும் குறையாது உலவுகிறதே அந்த
சண்டாளக் கொடுமையின் வேரெது
சாதியமா? அதன் தாய் சனாதனமா ?

10 மே 2020

நல்லதொரு கடவுளைத் தேடி

வியர்வையில் ஊறிப்போன
வேலை பார்த்து அழுக்காய்ப் போன
காக்கிச் சட்டைத் தொழிலாளி
கைகளைக் கூப்பிக் கண்ணீர் மல்க
கடவுள் சிலை முன் மருகிக் கேட்டான்:

"கடவுளே !
துயர்கள் நாளும் கூடுது ஏறுது
மாடாய் உழைத்தும் மாறா நிலைமை
இவை
தொலைந்திடச் செய்வாய் ஆண்டவனே
துணை புரிவாய் என வேண்டுகிறேன்
அதற்கு எம்
பஞ்சப் படித்தொகை கூடிட வேண்டும்
பணி நிரந்தரம் உடனே வேண்டும்
வீடெனும் படகைச் செலுத்துவதற்கு
விலைவாசி குறைந்திட வேண்டும் "

கருவறைக்குள்ளிருந்து ஒரு
கனத்த பெருமூச்சு வந்தது
கடவுள்தான்
சன்னக் குரலில் சமாதானம் சொன்னார்.
"வறுமை, சுரண்டல் இன்மை, ஊழல்
வாட்டி வதைக்கும் விலைவாசி எல்லாம்
போக்கும் இலாகா என்னிடம் இல்லை.
போய்வா மகனே! போக்கிடு நீயே!"

இதுவரை
வியர்வையிலேயே ஊறிப் போன தொழிலாளி
இப்போது விரக்தியில் ஊறிப் போய்
வீதி தோறும் அலைகின்றான்
வேறொரு நல்ல கடவுளைத் தேடி......

ஜூன் 23

நளின மொழி

மீசையின் உரசல் பட்டு
கோபம் காட்டியது
மினுமினுக்கும் மூக்குத்தி

காதலைச் சொல்லும் மொழி
கண்களுக்குத் தெரிந்த அளவு
காமத்திற்குத் தெரியாது.

கொட்டினால் வலிதரும் தேனீயைக் காதலுடன்
குழைந்து அணைக்கிறது தேன்கொண்ட மலர்.

தொட்டால்தான் தீ சுடும்
தொலைவில் சென்றுவிட்ட
அவளை நினைத்தாலுமே
சுடுகிறதே! இது என்ன வகைத் தீ?
(நீங்கின் தெறூஉம் குறுகுங்கால் தண்ணென்னும்
தீயாண்டுப் பெற்றாள் இவள். --- திருக்குறள்)

காதலனைக் காதலியைக் கண்டவுடன்
கண்டுகொள்ளும் இளைய தலைமுறைக்கு
அவன், அவள் ஜாதி மதம் சேர்த்தறியும்
ஞானம் தந்திடடீ, பராசக்தி
ஆணவக் கொலைகள் அறவே ஒழியுமன்றோ!!

நன்னம்பிக்கை முனை(ப்பு)

தலையில் இடி போல் அடி வாங்கிச்
சுவற்றில் சொருகப் பட்ட ஆணி சொல்கிறது:
இது என் வாழ்வின் இறுதி அல்ல- இனி
சங்கிலியோ சாவிகளோ ஏதோ ஒன்று
என் கழுத்தில் தொங்கும் அதிலே நீர்
என்றென்றும் என் உயிர்ப்பைக் காண்பீர்!

சாப்பிட்டுக் கீழெறிந்த மாங்கொட்டை
மண்ணுக்குள் புதைந்துதான் போகும்...
எனினும் அது மாரடித்து அழாது
மாங்கொட்டை சொல்கிறது அது
மரணத்தின் காட்சியல்ல
நாளை எழுந்து வரப் போகும்
நெடிய மாமரத்தின் துவக்கப் புள்ளியே!

உரிந்த தோல் சட்டையை
உதறிப் போட்டு நகரும் பாம்பு
கழன்று போன சட்டைக்குக் கண்ணீர் விடாது;
புதிய மினுமினுக்கும் தோல்சட்டை வரும் வரையில்
நம்பிக்கையோடு நகர்ந்து போகும்
பொழுது கழிக்கும் பொறுமையாக!.

மலைகள் தாண்டிக் காடுகள் ஊர்ந்து
நெடும் பயணம் முடித்த நதியின் நீர்
கடலோடு சங்கமித்துக் கலைந்தது தன் வடிவம்
இழந்தது அதன் உருவம். அது-
நதி நீரின் "இறுதிச் சுற்றா"?
நதி சொல்வதைக் கேட்பீர்:
அது நான் நாளையிலிருந்து பெறும் "புதிய பரிணாமம்?"

-0-0-0-0-0-0-

பிப் 23

நாடகம் - அது அவன்களின் செயல்

நெற்றித் திருநீறும், குங்குமமும் சேர்ந்தா
நீக்கச் சொல்லுதென் சோதரியின் முகத் திரையை (ஹிஜாப்)
இல்லை இல்லை இல்லவே இல்லை அது
நாற்காலி வெறிகொண்டலையும்
நாசகரரின் நாடகமே!!

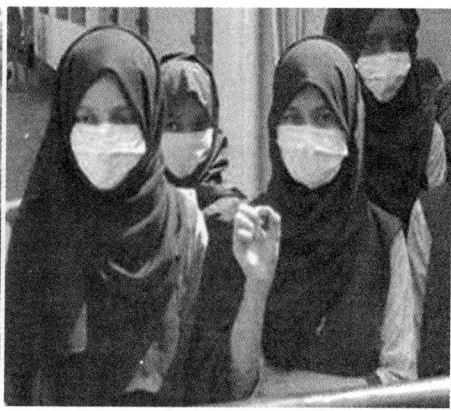

22 02 22

நிகழும் இறந்த காலம்

தீர்வு காணும் திசையைத் தேடாமல்
வந்திருந்த வதைகளையே அசை போட,
நிகழ் காலத்தின் ஒவ்வொரு நொடியும்
இறந்த காலத்தின் "வாரிசுகளாய்" இருந்துவிடும்.

எது காணாமல் போனது?

வயிற்றுப் பிழைப்புக்காக
வரிசையாய் நின்ற மரங்களை வெட்டி
வந்து சேர்ந்தான் ஆறுமுகம்
வற்றிய வாடிய உடலோடு,
ஓய்வெடுக்க நிழல் தேடி
ஓய்ந்தே போனான் ஆறுமுகம்.

நிரந்தரத் தற்காலிகம்

"தற்காலிகமாக இங்கே
வேலை ஏதும் காலி இல்லை"
என்கிற ஒரு
நிரந்தரப் பலகை - அந்த
அலுவலக வாயிலில்!

சாஸ்திரங்கள் பொய்ப்பதில்லை!

அட்சய திதியை அன்று நகை வாங்கினால்
அமோகமாய் செல்வம் பெருகும்!
சித்திரை முதல் நாள்
பட்டுப் புடவை வாங்கினால்
செல்வம் கொழிக்கும் வீடெல்லாம்
சாஸ்திரங்கள் சொல்கிறதாம்
சாஸ்திரங்கள் பொய்ப்பதில்லை!
ஆம், நகைக்கடைக் காரனுக்கும்
புடவைக் கடைக்காரன் வீட்டிலும்
செல்வம் கொழிக்கிறது, தெரிகிறதா?
சாஸ்திரங்கள் பொய்ப்பதில்லை!
சாஸ்திரங்கள் பொய்ப்பதில்லை!

புதிய பழமொழி

கோழி மிதித்துக்
குஞ்சு முடமாவதில்லை-இது பழசு
இப்போது
குஞ்சுகள் மிதித்துக்
கோழிகள் முடமாகின்றன
எதிரே பாருங்கள்!
முதியோர் இல்லங்கள்
முளைக்கின்றன தினமும்.

டிரான்ஸ்பர் காகிதங்கள்

அல்லல்கள் தீரலையே
துயரங்கள் போகலையே என
ஆண்டவனை நேரடியாய் வேண்ட
அறுபடைக் கோவிலுக்கும்
ஆறுமுகம் சென்று வந்தான்
காலங்கள் கடந்த பின்னும்
கோலங்கள் மாற வில்லை
நீ............ண்ட யோசனை
மனம் மாறினான் ஆறுமுகம்....பின்
மதமும் மாறினான்
பழைய ஆறுமுகம்
இப்போது அவன்
ஐந்து முறை தொழுகின்றான்
அப்படியும் மாறவில்லை
புதிய ஆண்டவரிடம் புலம்பினான்
பழைய ஆறுமுகம்
புதிய ஆண்டவர் பொறுமையாய்ச் சொன்னார்
"உன் பழைய கடவுளிடமிருந்து எனக்கு
ஒரு தகவலும் முறையாய் வரவில்லை"
பொறு!

இப்போது பொறுமையாய்த்

தொழுத மேனியாய்ப்
பழைய ஆறுமுகம் பாய்..

என்னதான் செய்ய?

ஏய், நோய் பீடித்த அழுக்குச் சமூகமே!
ஓடாதே, நில், ஒழுங்காய் ஒரு பதில் சொல்
பெண்களின் கேள்வி பிரம்படியாய்ப் பட்டது:

நான் சாதி மாறிக் காதலித்தால்
ஊரே கூடி அவன் தலை எடுப்பீர்.
காதலே வேண்டாம் விடடா என்றால் - அவன்
என் கழுத்தை அறுக்கக் கையில் அரிவாளுடன்...
என்னதான் செய்ய நாங்கள்
ஏய்! நோய் பீடித்த...

மெட்ரிக் முறை

அரை கிலோமீட்டர் தூரமுள்ள
அண்ணாச்சி கடையிலிருந்து
அரிசி வாங்கிவரச் சொன்னாள் அம்மா -.நேற்று.
இன்றும் அங்கே போகவேண்டுமாம்
அண்ணாச்சி கடையா -.ஐயோ!
ஐ.....நூறு மீட்டர் தூரத்தில் அல்லவா இருக்கிறது அது.

கண்டா சொல்றீகளா?

மனைவியைக் காணவில்லை
ஊரெங்கும் தேடியாச்சு
உறவெல்லாம் பேசியாச்சு
தேடித்தேடி தேய்ந்தது உடம்பு
தேம்பி அழுததில்
காய்ந்தது நெஞ்சு.
இறுதியாய்,
ஆண்டவன் சன்னதியில்
தீர்வு கேட்கப் போன போது
கண்டது இதுவே
"காவலர் இருவர் கைபேசியில் பேசியபடி
பெண்கடவுள் சிலை காணாதது பற்றிப்
புலன் விசாரணை செய்தபடி

ஸ்வாச் கங்கா, ஸ்வாச் மனிதா

எத்தனையோ பாவங்கள் முன்பு,,
இப்போது-ஓய்ந்து விட்டேன்
பரிகாரம் செய்ய வேண்டும்
பண்டிதர் வழி சொன்னார்
"புனித கங்கையில் போய் நீராடு
தூய்மை துலங்கும்
பாவங்கள் பறக்கும்"
பறந்தேன், விரைந்தேன்
கங்கைக் கரை அடைந்தேன்
காணக் கிடைத்தது ஒரு பலகை

"கங்கையைத் தூய்மைப் படுத்தும் பணி
நிகழ்ந்து கொண்டிருப்பதால்
மற்றொரு நாள் வரவும் மன்னிக்கவும்"

சொல்லுங்கண்ணே சொல்லுங்க

நாங்கள் தாழ்த்தப் பட்டவர்கள் - என
எங்களுக்கு நன்றாகத் தெரியும்
இந்த அரசுகளுக்கும் தெரியும் - ஏன்
உங்களுக்கும் கூடத்தான்……….அது சரி

எங்களைத் தாழ்த்தியவர்கள் யாரென்று
உங்களுக்குத் தெரியும் தானே?
சொல்லுங்களேன்.

சூடும் காடும்

சுட்டெரிக்கும் வெப்பம்
சூடு தாங்க முடியவில்லை
பட்ட மரம் ஆனதிங்கே
பச்சை மரம் பயிரெல்லாம்!
வெப்பக் கொடுமை விலகி நிற்க
எங்கள் எம் எல் ஏ இப்படிச் செய்தார்
காட்டை அழித்தார்-காசு அடித்தார்
குடும்பத்தோடு குதூகலமாக
கொடைக்கானல் பயணித்தார்
அவரின் சூடு தணிந்தது
காடு?!!

அன்று   இன்று

நேற்றைய பூகோளம் இன்றைய வரலாறு

"
பாரடா மகனே இங்கே! பார் உற்று
"இங்கே இருந்தது செம்பரம்பாக்கம்
இந்த இடத்திலே புழல் ஏரி-கீழே
ஏகப் பெரிசாய் வீராணம்"
வரலாற்று ஆசிரியர் போல
வகுப்பெடுத்தார் அப்பா வரைபடம் காட்டி

வியப்புடன் கேட்ட பிள்ளை
வினா ஒன்றை அமைதியாய்க் கேட்டான்,
"அப்பா" ஏரி என்றாலென்ன?

நிழலின் நிஜம்

எனக்குத் தனிமையே இனிமை
ஏகாந்தம் தரும் சுகம் அலாதிதான்
ஆனால் கொடுமை இது!
எப்போது பார்த்தாலும் என் நிழல்
என்னுடனேயே கூட வருவது
இம்மியும் பிடிக்க வில்லை.
சில மணி நேரம் சென்று போனது
எங்கும் இருள் சூழும் நிலை வரச்
சுற்று முற்றும் பார்த்தேன்
என் நிழல் எங்கேயும் காணவில்லை
படுத்தித் தொலைக்கிறது பாழும் மனது
என் நிழல் எங்கே என

படப்பிடிப்பில்

நட்சத்திர நாயகனின்
நாலு நிமிடக் குடிசைக் காட்சிக்கு
“கோடி பப ஆகுதய்யா கடவுளே
குமுறி அழும் “தயாரிப்பு”

பாவம் அந்தப் பாமரர்கள்

அவர்கள் மிகவும் பாமரர்கள் அப்பாவிகள்
ஆளும் நாங்கள் எப்போதும் அவர்கள் பக்கமே
அப்பாவிகளாய்ப் பாமரராய் அவர்கள் வாழும் வரை
ஆளும் நாங்கள் எப்போதும் அவர்கள் பக்கமே

ஆண்டாண்டாய் அவர்கள் சுத்திகரிப்பாளராகவே
அவர்கள் சுத்திகரிப்பாளராகவே வாழும் வரை
ஆளும் நாங்கள் எப்போதும் அவர்கள் பக்கமே

அவர்கள் படிப்பறிவின்றியே வாழ்ந்து விட்டனர்
படிப்பறிவு, தன்மானம் அவரைச் சேரும் வரையில்
ஆளும் நாங்கள் எப்போதும் அவர்கள் பக்கமே

அப்படியே அணுவளவும் அவர் மாறாதிருக்க
ஆளும் நாங்கள் அத்தனையும் செய்வோம்
அவர் மாறாதிருக்க நாங்கள்
அத்தனையும் செய்தோம், செய்வோம்
நம்புங்கள்.

பிரிவின் வலி

நீண்ட விடுமுறை முடிந்த நிலையில்
நெடுநாள் ஆட்டம், பாட்டமும் முடிந்தது
குட்டிப் பெண்ணும் தாயும்
குதித்து ஆடிய நாட்களும் நின்றது.

பள்ளி துவங்குதற்கான மணி அடித்தது
உள்ளே செல்லும் நேரமும் வந்தது
குதூகலம் முடிந்த சோகத்தில்
குமுறி வரும் அழுகையுடன் அங்கே

எப்போது குட்டி வருவாள் என்று
ஏங்கியபடி இள வயதுத் தாயொருத்தி.

புது வார்த்தைகள்

பாலியல் வன்கொடுமையில் சிதைந்து போனவளைப்
பச்சை பச்சையாய்ப் பலவாறு கேள்வி கேட்டு
மீண்டும் மீண்டும் துகிலுரிக்கிறது
வழக்கு விசாரணை

எவரெஸ்ட் ஏறிய டென்சிங்கைப் பார்க்க
எல்லோரும் மருத்துவமனை சென்றார்கள்
குளியலறையில் விழுந்த அவருக்கு
எலும்பு முறிவுச் சிகிச்சை நடப்பதால்

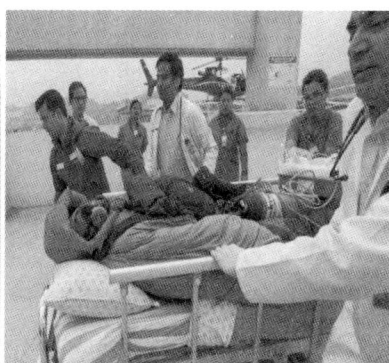

ராமசாமிக்கு அறுவைச் சிகிச்சை
ரஹீம் பாய்தான் ரத்தம் தந்தானாம்
இப்போது ராமசாமி தினமும் ஐந்துமுறை
ராமர் கோவிலில் மண்டியிட்டுத் தொழுகிறானாம்.

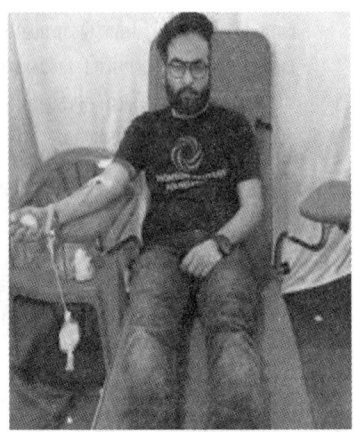

ஜீரணத்திற்காக நடைப் பயிற்சி செய்பவரையும்
ஜீவனத்திற்காக நடந்து கூவி விற்பவரையும்
ஒரே மாதிரியாய் ஆரத் தழுவிச் செல்கிறது
இதமான கடல் காற்று

நம்பிக்கை அதிகம் பெற்ற வங்கி
கோடி கோடியாய்ப் பணப் பரிவர்த்தனை
மக்கள் எழுவதற்கு வசதியாய் ஆங்காங்கு

மூன்று ரூபாய் பேனா- அதன் கழுத்தில்
முடிச்சு இறுக்கியவாறு

போதும் இவை நிற்கட்டும்

நண்பர்களே! நாட்டோரே!
போதும் இவை நிற்கட்டும்
வரலாற்று நிகழ்வுகளை நாம்
மறத்தல் ஆகாது.-- மறந்தால்,
வரலாறு நம்மை மன்னிக்கவே மன்னிக்காது
இது எச்சரிக்கைதான்!
சிலுவைப் போரினைத் தொடர்ந்து
சிந்தி ஓடிய ரத்த ஆற்றின் கிளை நதி நதிகள்
இப்போது உலகமயமாக்கப் பட்டு விட்டன.
அவற்றில் வெற்றி கண்டது யார்
அல்லாவா, ஏசுவா யாருக்கும் தெரியாது.
கஜினி முகமதையும், செங்கிஸ் கானையும்
இந்துக் கடவுளர் யாரும் தண்டித்த
இதிகாசத் தகவல் ஏதுமில்லை.
மாண்டவர் எல்லோர் அந்தந்த
மண்ணின் மைந்தர்கள். வாயற்றோர்.
அதனால்தான் வேண்டுகிறேன். சொல்லுங்கள்
போதும் இவை நிற்கட்டும் என்று
சிலுவைப் போரின் நகல்கள் இன்று சில
நாடுகளுக்கிடையே நடக்க, சிலர் தம்
நாட்டுக்குள்ளேயே
போரினைப் போல் பொசுக்குகிறார்
ஆயுத வியாபாரிகளின் அரண்மனையில்
போர்களை உருவாக்கும் புதுப் புது யோசனைகள்
அதற்குத்
தாளம் போட்டுத் தலையாட்ட
தரகர்கள் உலகெங்கும்
ஆயுத வியாபாரிக்கும் மரண வியாபாரிக்கும்
அதிக வேறுபாடு எதுவும் இல்லை
ஆதலினால் சேர்ந்து சொல்வோம்

"கெட்ட போரிடும் உலகத்தை வேரொடு சாய்ப்போம்"

மே 23

மழையினைப் பழிக்காதீர்

மரங்களை,
மரங்களைப் போர்த்திய
இலைகளைக், கிளைகளைக்
காய்களைக் கனிகளைத்
தூசியறத் துடைத்துவிட்டுப்
பச்சை உடை போர்த்தும்
மழையைப் பழிக்காதீர்

அந்த மழையின்
ஓடுபாதையை மறித்து-அதன்மேல்
உட்கார்ந்து அனுபவிக்கும் நீங்கள்
மழையைப் பழிக்காதீர்

மழையின் காதலொன்றும் உங்கள்
மாநகர்த் தெருக்கள் மீதல்ல!
மழையின் ஏக்கமும் காதலும்
நதியோடு கலந்து விட, பின்
கடலோடு சங்கமிக்க!
ஆதலினால்,
மழையைப் பழிக்காதீர்

அக்டோபர் 22

நம் மண், இம் மண் முன்பிருந்தே சொல்லி வருவது "மாமழை போற்றுதும் மாமழை போற்றுதும்..."

மதச் சார்பற்ற மந்திரி

பொருளாதார நெருக்கடிக்கான
பொருத்தமான காரணம் சொன்னார் மந்திரியம்மா
அது கடவுளின் செயல் என்று
அவர் ஒரு "மதச் சார்பற்ற மந்திரி" தான் ஏனெனில்
அது எந்த மதக் கடவுளின் செயல் என
இன்றுவரை அவர் சொல்லவில்லை

மாடு

மாட்டுத்தோலில் செய்த பர்ஸிலிருந்து
பணம் எடுத்துப் பாலாபிஷேகம்
மாட்டுத் தோலிலான மத்தளத்தில்
மங்கள இசையும் கூடவே
பரந்தாமன் குளிர்ந்து போனார்
பாவங்கள் மொத்தமும் பறந்து போயின.

மாண்புமிகு மூளை!

விபத்துக்கள் அதிகம் இங்கே,
ஐயா!
வேகத்தடைகள் பதிக்க வேண்டும்
வேண்டும் பணம் கொஞ்சம்
வேண்டினார் ஊர்ப் பெரிசு

பார்வையிட்டபின் சொன்னார் மந்திரி
பார்த்தாலே தெரிகிறதே
பத்தடிக்கொரு குண்டு, குழி
வேகத்தடை எதற்கு, விரயம் அதற்கு?
விடுங்கள் அதை அப்படியே!

மந்திரியின் மூளை மாண்புமிகு மூளை!
மக்கள் பணம் மிச்சம்
எத்தனையோ லட்சம்!!

கண்ணில் படுவது மீனே

மீன்கள் தர வேண்டிய
வட்டிக்கான வட்டியை
மீட்கத் துடிக்கும் நியாய சர்க்கார்
திமிங்கிலங்களின் கடலளவுக் கடனைத்
தீர்த்துக் கட்டுமாம் வராக்கடனென.

முறிந்த கைகள்

பிரிந்து விட்ட தம்பதியரின்
பிரச்னையை விசாரித்தோம்
காதலித்துத் திருமணம் செய்த அவர்கள்
திருமணத்தின் பின் காதலிக்க முடியவில்லையாம்.
சே! இவ்வளவுதானா?

24 டிசம்பர் 20

முனகல் ஒலி அங்கே எதிரொலி இங்கே

"எனக்கு மூச்சு விட முடியவில்லை"
இல்லினொய்ஸில் கேட்ட இந்த முனகல்
எங்களூர் சாத்தாங்குளத்திலும் கேட்டது.

அவன்
இறக்கும் போதொலித்த முனகல் சத்தம்
எல்லா நாட்டிலும் எதிரொலித்தது
கோபமும் ரோசமும் கொப்புளித்தது.

அங்கும் சரி, இங்கும் சரி
அன்றும் சரி, இன்றும் சரி
சாமானியர்களைச் சாகடிக்கும் ஆதிக்க வெறி
சர்வ தேசத்திற்கும் பொது நெறியோ,
எனில்
எல்லா நாட்டிலும் ஓங்கிய போர்க்குரல்
இங்கே வருதலும் முறைதானே?

27 ஜூன் 20

சிறுபிள்ளை நாத்திகம்

பிரசித்தி பெற்ற தேவாலயத்தில்
சாரைசாரையாய் மக்கள் கூட்டம்
போதகர் கூடியிருந்தவர்க்குத் தெய்வ வாக்கருளினார்
"போர் நிற்க வேண்டுமென்று தேவனைத் துதியுங்கள்
மனம்மார மண்டியிட்டுத் துதியுங்கள்
நம்புங்கள்;
பொழுது விடிந்தால் போர் முடிந்திருக்கும்"
சிரம் தாழ்த்தி மண்டியிட்டுத்
தோத்திரம் செய்த கூட்டத்தில்
சிறுவன் ஒருவன் தாயிடம் கேட்டான்:-
"அம்மா! போரை நிறுத்த ஆண்டவனால் முடியுமா?
என்றால், போரே வராமல் அவர் செய்யலாமே!"
சிறுவனின் கேள்வி தேவன் காதில் எட்ட வில்லை
பாதிரியின் காதிலும்தான்,
ஆமென்!
இதை எல்லோரும் தத்தம் மதத்தோடு பொருத்திப் பார்த்துக் கொள்ளலாம்.

மூலதனக் கல்வி :::---

மாதச் சம்பளத்தில் அவர் தன்
மகனைப் படிக்க வைத்தார்
அவரின்
வியர்வையும், உழைப்பும்
விதையாகி வளர்ந்து
மாதச் சம்பளத்தில் மகன் இன்று மகிழ்வோடு
கல்வியே அவர்களுக்கு மூலதனம்

எங்க எம் எல் ஏ க்கும் லட்சியம் உண்டு
அவர்
பதவி நாட்களில் சேர்த்த காசில்
பள்ளிக்கூடம் கட்டி வைத்தார்
பல்லாயிரம் பேர் அதிலே சேர,
கல்லூரியையும் கட்டி வைத்தார்--இன்று
கல்லாப் பெட்டி காசால் குலுங்குது.
கல்வியே இவருக்கும் மூலதனம்

எதன், யாரின் வாரிசு?

சாலையோரச் சாக்கடை ஓடையைச்
சரி செய்ய இறங்கினான் சங்கிலி
மூச்சடைத்ததில் முடிந்து போனான்
முடங்கிப் போனது மொத்தக் குடும்பமும்.

நித்திய வாழ்க்கை இழந்தவர் அரசிடம்
நீதி கேட்டனர் நியாயம் கோரினர்
நிவாரணம் தந்திடவந்தது அரசு
நிவாரணக் கடிதம் நீட்டிய ஊழியரை
மற்றொரு
கழிவு நீர்த் தொட்டியிலிருந்து தலை தூக்கி
ஆர்வமுடன் பார்த்தான் சங்கிலியின்
அடுத்த தலைமுறையான்.
இங்கு நிவாரணங்களே நிலைக்குமோ?

டிசம்பர் 1, 2020

ரசவாதம் இதுவோ?

தோட்டக்காரன் உழைப்பில் வந்த
உப்பு வியர்வை நீரும்
மண்ணோடு கலந்து ஓடி வந்த
மற்ற கழிவு நீரும்
குடித்து மேலெழும்பி வந்தன
மணம் மிக்க ரோஜாவும்
வாசனை மல்லிகையும்

ஜனவரி 22

வழக்கிற்கு முதுமை வாய்தாவால் வந்தது

காட்டு யானை ஒன்று ஊருக்குள் வந்ததால்
கைது செய்யப்பட்டு
விசாரணைக் கூண்டில் நிறுத்தப் பட்டது.
மனிதக் குடியிருப்புள் நுழைந்த
மன்னிக்க முடியாத குற்றச் சாட்டு
யானை மேல் விழ,

தன் தரப்பு நியாயம் சொல்லத்
தலையசைத்தார் மனித நீதிபதி:
யானை பிளிறியது:
"பசுமையான எங்கள் வாழுமிடம்
பறிக்கப் பட்டது, பாழ் பட்டது-
அது யாரால்
பசுமைக் காடு பழுப்பாக மாறிவிட்டது
அது யாரால்
என்ன தண்டனை எனினும் ஏற்கிறோம்
எம் பக்கம் குற்றமெனில்."

மனிதத் தரப்புக்குக் கிடைத்த
வாய்தா மேல் வாய்தாவால்
வழக்குக்கு வயது கூடிக் கொண்டிருக்கிறது
குற்றம் சுமத்தப் பட்ட யானைக்கும்தான்.

22 பிப்ரவரி 22-02-22

வானம் காணின்

வானம் கொட்டித் தீர்த்தது
வழியெல்லாம் தேங்கிய நீர்
வதங்கிப் போனதெங்கள் வாழ்க்கை
எப்போதும்
வெளியில் போய் அலைந்து
வீட்டிற்கு நீர் கொணரும் நாங்கள்
இன்று முழுதும்
வீட்டிற்குள் தேங்கின நீரை
வெளியில் வாரிக் கொட்டிய படியே

நேற்று கொட்டித் தீர்த்த வானத்தை
நிதானமாய் அண்ணாந்து பார்த்தேன்
சூரிய ஒளிச் சூட்டில்
தலையைக் காய விட்டு
வெளிறிய நீல உடை உடுத்தி
அமைதியாய் எனைப் பார்க்கும் வானம்.
கூடவே ஒரு மெல்லிய கள்ளச் சிரிப்பு
மேகத்துள் மறைத்தவாறே

விடியல் அறிவிப்பு

விடியல் பொழுது

மேகக் கூட்டத்தை விலக்கிக் கொண்டு
மெதுவாக சூரியன் எட்டிப் பார்க்கும்
விடியல் பொழுது

பனிமூட்டம் இருக்கும் போது,
போர்வையை விடுத்துக்
கீழிறங்கிச் சூரியன் வரத் தயங்கும்
விடியல் பொழுது

நகர்ப் புறம் பெயர்ந்த பின்னர்
நாகரிகத் தாக்கத்தால்
எங்கள் வீட்டுக் கோழியுமே
நரசுஸ் காபி மணம் வந்த பின்னரே
"கொக்கரக்கோ" கூவுகின்ற
விடியல் பொழுது.

முந்தைய நாளின் உழைப்பின் அலுப்பால்
முடியா உறக்கம் நீண்டு நிற்கும்
விடியல் பொழுது.

அப்போது,
சூரியனும், கோழிகளும் கைவிட்ட
"காலைப் பொழுதின் வரவை"
எங்கள் சுள்ளான்களின்
"சார் பேப்பர்" சத்தம்
சொல்லும்